లోకనాయకత్వం వైపు తన ప్రస్థానాన్ని కొనసాగిస్తుంది.

స్వదేశీ సాహిత్యం తెలుగులో ఎక్కువగా రావలసిన అవసరం ఉందని భావించి, దత్తోపంత్ రేంగ్డేజీగారి 'థర్డ్వే' ఆంగ్ల పుస్తకంలోని 2 అధ్యాయాలను శ్రీ పి.సతీష్‌గారు (అనంతపూర్) సరళమైన భాషలో తెలుగులో అనువదించారు. వారికి మా కృతజ్ఞతలు.

ఈ పుస్తకానికి డిజైన్ అందించిన రామకృష్ణగ్రాఫిక్స్ మరియు శ్రీ సాయి ప్రాసెస్‌వారికి ధన్యవాదములు

- ప్రకాశకులు

Published by
Swadeshi Jagaran Manch
3-4-852, Barkathpura
Hyderabad - 27
7565447

Price : 8/-

SAHITYA NIKETAN
Keshava Nilayam
Barkathpura
Hyderabad - 27
7603236

తెర తీయగరాదా?

1993 లో స్వదేశీ ఒక అర్థం కాని పదమైంది సాధారణ వ్యక్తికి కాదు, అసాధారణ వ్యక్తులకు మెట్రోపాలిటన్ నగరాల్లో ఎయిర్ కండీషన్డ్ గదుల్లో నివసిస్తున్న మన "పైవారికి" స్వదేశీ అనేది ఓ వింత విషయం. సమాజాన్ని ముంచెత్తుతున్న ఆధునికత మధ్యలో "స్వదేశీ" అనేది వుండకూడని వస్తువు కాబట్టి, సహజంగానే, ఈ ఆధునికత వెల్లువలో కొట్టుకు పోతున్నవారు స్వదేశీ ఆలోచనను 'సంకుచిత వాదమని, మధ్యయుగాల నాటి మనస్తత్వమని విమర్శించడం చేస్తున్నారు దేశభవిష్యత్తు కంటే పశ్చిమదేశాల చేత ప్రభావితమైన ఈ "తరగతి మానవులకు" తాత్కాలిక సుఖాలే ముఖ్యమయ్యాయి ఈవ్యక్తులు ఈ భూమితో సంబంధం కలిగిలేరు చాలా ఎత్తులో రాజ మహళ్ళలో, ఆకాశ హర్మ్యాల్లో జీవితాన్ని గడిపేస్తున్న వీరు జాతీయావసరాలకు, వాస్తవాలకు దూరంగా వుంటున్నారు, తమ దేశవాసులకు దూరంగా జరిగి పోతున్నారు

అదృష్టంకొద్దీ ఇలాంటి విపరీత ఆలోచనలు కల్గివున్న ఈ అసాధారణ వ్యక్తుల సంఖ్య ఈ పేద దేశంలో ఒకశాతం కంటే ఎక్కువగా లేదు

2. "నాణ్యత అంతగాలేని వస్త్రాలతో తయారైన ప్యాంటు, చిరుగులు పడివున్నా దీనినెందుకు వుపయోగిస్తున్నారు?" అని ఓ భారత విలేఖరి అడిగితే "నాదేశం యొక్క స్థోమత ఇంతే దీనినే వాడతానని" వియత్నాం ప్రజల ఆరాధ్య పురుషుడు హోచిమిన్ చెప్పడానికి కారణం ఆయనలోని స్వదేశీ భావనే

3 తమ కాలిఫోర్నియాలో పండే నారింజలను కొనాల్సిందిగా జపాన్ మీద అమెరికా వొత్తిడి తెస్తే ఒక్కటంటే ఒక్కటి కూడా కాలిఫోర్నియా నారింజను కొనని జపానీయులది కూడా స్వదేశీ భావనే

4 పాప్ సంగీతగాయకుడు మైఖేల్ జాక్సన్ మాదేశాల కొచ్చి మా సంస్కృతి పైకి ఆక్రమణ చేస్తే సహించేది లేదంటూ జాక్సన్‌ను అడుగు పెట్టకుండా అడ్డుకొన్నది చైనీయుల, కొరియన్ల స్వదేశీ భావనే !

స్వదేశీ అంటే కేవలం ఆర్థికపరమైనది మాత్రమే కాదు, సాంస్కృతికపరమైనది కూడా అని ఈ నాల్గవ ఉదాహరణ స్పష్టం చేస్తోంది జాతి జీవనంలోని అన్ని రంగాలను స్పృశించే సర్వవ్యాపి, సర్వ స్పర్శిగా "స్వదేశీ" మనముందు నిలుస్తుంది

ఒక దేశ పౌరుడి గుండెగుడిలో దాగివున్న దేశభక్తికి స్వదేశీ ఒక బాహ్యరూపం దేశభక్తి అంటే ఒంటరివాదం కాదు. దేశభక్తి కల్గిన వ్యక్తి

అంతర్జాతీయ పరిస్థితికి లొంగి తాము ఆక్రమించుకొన్న కాలనీలకు స్వాతంత్ర్యం ప్రకటించాల్సి వస్తే తమప్రయోజనాలను కాపాడుకొనేందుకు కొత్త కొత్త సిద్ధాంతాలు తీసుకు వచ్చింది ఈ సామ్రాజ్యవాద దేశాలే భారత్‌లో కూడా కొందరు మనవాళ్ళే ఐన అధికారులు, మేధావులు ఆంగ్లేయుల చేతిలో కీలుబొమ్మలై వాళ్ళ మాటలకు తందాన అన్నారు సర్ సి పి రామస్వామి అయ్యర్ కూడా ఆంగ్లేయుల మాటలకు వత్తాసు పలుకుతూ ఈనాడు మనకు కావాల్సింది స్వాతంత్ర్యం కాదు (Independence) ఇంటర్ డిపెండెన్స్ (Interdependence) అన్నారు డా॥ మన్మోహన్ సింగ్ గారి సరళీకృత విధానాలు (Liberalisation) ఆనాడు రామస్వామి చెప్పిన ఇంటర్ డిపెండెన్స్‌కు కొత్తరూపం మాత్రమే

మా అబ్జెక్షన్ ఏమిటంటే?

దేశభక్తులు అంతర్జాతీయ వాదానికి వ్యతిరేకులు కారు. అంతర్జాతీయ మైన సహకారం పరస్పరం సమాన స్థాయిలో జరిగితే దేశభక్తులు చెపుతున్న స్వావలంబనకు అభ్యంతరమేమీ లేదు ప్రతిదేశానికి ఆత్మగౌరవం, స్వాభిమానం వుంటాయి వాటికి ఏమాత్రం హాని జరగకుండా వ్యవహరిస్తే వైశ్వీకరణకు మేమెంత మాత్రం వ్యతిరేకులం కాదు

వైశ్వీకరణను మాత్రం అంగీకరించేదీ లేదని ఈ దేశభక్తులు అంటున్నారు

అధునాతన సాంకేతికపరిజ్ఞానం మరియు నూతన ఆర్థిక విధానం మన విశ్వంలో ఒక కొత్త నాగరికతను ఆవిష్కరించాయి కానీ ఇది పశ్చిమదేశాలకు చెందని సంస్కృతికి వ్యతిరేకంగా వుంది తరతరాలుగా ఈ దేశాలను నడిపిస్తున్న సాంస్కృతిక విలువలకు, ఈ నూతన విధానాలకు చాలా తేడావుంది. ఇక్కడే అసలు అభిప్రాయభేదం మొదలవుతోంది

కానీ భావాత్మకంగా అమెరికన్లుగా మారిపోయిన భారతీయులు "స్వదేశీ" అనేది, ప్రపంచమంతా అంగీకరించిన పవిత్ర స్వేచ్ఛా వ్యాపారానికి Free trade) వ్యతిరేకమని స్వదేశీ జాగరణ్‌మంచ్‌ను విమర్శిస్తున్నారు. అందుకనే ప్రస్తుత అంతర్జాతీయ వ్యాపార యుగంలో ఈ స్వేచ్ఛావ్యాపారం యొక్క స్థానమేమిటో విశదంగా విశ్లేషించాల్సిన అవసరం వుంది

సరళీకృత వ్యాపార విధానం - స్వేచ్ఛావ్యాపారం?

మొట్టమొదటగా ఆడమ్‌స్మిత్ (Adom Smith) చే ప్రవచించ బడినది గా చెప్పబడుతున్న స్వేచ్ఛా వ్యాపార సూత్రం (The principle of Free Trade) రికార్డో (Ricardo) 1817 లో ప్రిన్సిపుల్స్ పొలిటికల్ ఎకానమీ (Principles of Political Economy) ను ముద్రించిన తరువాతే తిరుగు

విస్తారంగా వుపయోగించుకొని లాభపడతాయనేది వారి సిద్ధాంతం. రికార్డో మరియు "హెక్షర్ ఒహ్లిన్" ల సూత్రాల్లో కొన్ని భేదాలున్నప్పటికీ 19వ శతాబ్దం నుండి 1970 వరకూ ప్రపంచం ఈ వ్యాపార సూత్రాన్నే అనుసరించింది అమెరికా, ఇంగ్లండు, నెదర్లాండు దేశాలు ఈ సూత్రం ఆధారంగానే తమతమ వ్యాపార వాణిజ్య విధానాలను రూపొందించుకొన్నాయి గాట్ (Gatt) కూడా ఈ తానులో గుడ్డనే గాట్‌కు ఆధారభూమిక ఈ వ్యాపార సూత్రాలందించిందే!

ఏది ఏమైనా 1950 నుంచి ఈ సూత్రానికి సంబంధించి సందేహాలు మొదలయ్యాయి అంతర్జాతీయ వ్యాపారంలో బయలుదేరుతున్న కొత్త పుంతల్ని ఈ వ్యాపారసూత్రం సరిగ్గా నిర్వచించ గలదా? వివరించగలదా? అన్న సందేహాలు మొదలయ్యి 1970 నాటికి తీవ్ర తరమయ్యాయి ఆ 'కంపారిటివ్ అడ్వాంటేజ్' (Comparitive Advantage) సరియైన పోటీవున్న మార్కెట్ల వ్యవస్థ మీద ఆధారపడివుంటుంది. కానీ అనుభవం తరువాత అర్థమయ్యిందేమంటే పోటీ వున్నా మార్కెట్స్‌లో అసమానతలు, వైరుధ్యాలు వున్నాయని

ఈ అసమానతల్ని, ఎందుకు ఆర్థికపరమైన వైరుధ్యాలు నెలకొల్పుతాయన్న విషయాన్ని, ఎందుకు ప్రత్యక్ష విదేశీ పెట్టుబడులు విపరీతంగా పెరిగిపోతున్నాయన్న విషయాన్ని, స్వేఛ్ఛావ్యాపారం ఏనాడూ

నియమావళిని ఖాతరు చేయవు? ఇందుకు జవాబుగా ఆయనేఅంటాడు. 'ఈ స్వేచ్ఛా వ్యాపార సిద్ధాంతంలోని మౌలికమైన దోషాలే ఇందుకు కారణమని' తన సిద్ధాంతంలో మూలసూత్రంగా పేర్కొన్నా, ఏనాడు కూడా వనరులను సరిగ్గా పంపిణీచేయడం జరగలేదు, జరగబోదు, ఈ వ్యాపారంలో రాజ్యాల విధానాలు ముఖ్యమా, అంతర్జాతీయ నియమ నిబంధనలు ముఖ్యమా అన్న ప్రశ్నే ఎదురయితే, ఏదేశం కూడా ఆ నియమనిబంధనలను గౌరవించదు. రాజ్యాల విధానాలు ఆర్థిక, సామాజిక, సాంస్కృతిక, రాజకీయ 'రిస్థితుల పైనే ఆధారపడివుంటాయి అంతర్జాతీయంగా నాణ్యత ంపాదించేకంటే, దేశ భద్రత, అంతరంగికంగా క్రమబద్ధీకరణ దేశాలకు ముఖ్యం వాటికే అవి ప్రాధాన్యత ఇస్తాయి.

ఉత్తుత్తి ప్రేమ

తమ దేశానికి చెందిన సంస్థలకు, పరిశ్రమలకు అనుకూలంగా వుంటూ, విదేశీ పెట్టుబడులకు, పరిశ్రమలకు నామ మాత్ర ప్రాధాన్యత ఇచ్చే పద్ధతి, ఈ రోజు ప్రపంచం మొత్తం మీద అవలంబించబడుతుంది విదేశీ పరిశ్రమల ఉత్పత్తులకు సరియైన పోటి ఇచ్చేలా వుండాలంటే దేశవాళీ పరిశ్రమలకు పెద్దఎత్తున సబ్సిడీలు ఇవ్వాలని "బ్రాండర్" అనే ఓ పెద్దాయన

పెట్టుకొని కాక దేశంలోని సంస్థల నుండి ఎదురయ్యే వొత్తిడికి లొంగిపోయి నడచుకొంటుంటాయి అంటే అర్థమేమిటి? ముందుగా ఆలోచించేది తన గురించే కానీ పొరుగింటి వాడి గురించి కాదనేగా?

1980 దశాబ్దపు ఆఖరు సంవత్సరాల్లో 'స్వేచ్ఛా వ్యాపారాన్ని' తన్మయంతో ప్రేమించిన ప్రేమికులే వారి సిద్ధాంతం పెను సవాళ్ళను ఎదుర్కోంటుందని గుర్తించారు

ప్రభుత్వ జోక్యం వుంటే అది లాభాలు దేశాన్ని విడిచి మరోదేశాన్ని చేరే పద్ధతికి దారితీస్తుంది అంటే తమదేశానికి లాభం వచ్చే అవకాశముందంటే ప్రభుత్వాలు అంతదాకా వల్లెవేసిన అంతర్జాతీయ నియమాలను కాసేపు పక్కన వుంచి తమదేశ ప్రయోజనాలకే ప్రాధాన్యత ఇస్తాయి కాబట్టి పొంగిపోయి పొందుపరచుకొన్న కంపారిటివ్ అడ్వంటేజ్ వ్యాపార సూత్రానికి బదులుగా కాంపిటీటివ్ అడ్వంటేజ్ అనే పోటి మనస్తత్వం దేశాల్లో బయలుదేరింది ఈ సూత్రాన్ని తూ చ తప్పకుండ పాటించి ఐరోపా దేశాలను, అమెరికాను 1980 లో జపాన్ తన ఎగుమతులతో ఎలా బెంబేలెత్తించిందో మనకు తెలియదా?

ఒకవైపు తాము నమ్మిన సిద్ధాంతాలను తుంగలోకి తోక్కుతూనే మరోవైపు స్వేచ్ఛావ్యాపారం నిజానికి సరియైన విధానమని చెప్పే కొత్త ఎత్తుగడ

పెంచుకోవడానికి అనుకూలంగానే అమెరికా తన వ్యాపార విధానాన్ని రూపొందించుకొంది

మీకిది తెలుసా?

స్వేచ్ఛావ్యాపారాన్ని క్షణం తీరిక లేకుండా ప్రచారం చేస్తూనే, ప్రపంచ దేశాలు కొన్ని ఎలా వ్యాపారాన్ని సాగించాయో, ఇలా వివరిస్తారు 'రూయిగ్రోక్'

- సూమారుగా 25% వ్యాపారం గ్లోబల్ కంపెనీలలోనే (Intra-Company Trade) జరుగుతుంది
- సుమారుగా 25% వ్యాపారం ద్వైపాక్షికం;ా (Bilateral Trade) జరుగుతుంది
- సుమారుగా 25% వ్యాపారం బార్టర్ పద్ధతిలో జరుగుతుంది
- కేవలం 25% వ్యాపారం మాత్రమే గాట్ ప్రతిపాదించే స్వేచ్ఛావ్యాపార సూత్రాలాధారంగా జరుగుతుంది

(Forecasting and assessments in science and technolgy (FAST) నుండి 'రూయిగ్రోక్' సేకరించి మనకందిస్తున్న ఈ వాస్తవాలు మనకు, స్వేచ్ఛావ్యాపారానికి ఈనాడున్న స్థానము, విలువ ఎంతటివో చెపుతాయి

అమెరికా వ్యాపారేతర అడ్డంకుల్ని కూడా వుపయోగించింది జపాన్ కూడా అంతే చాలా విధాలుగా ఇది వన్‌వే ట్రాఫిక్ వ్యాపారం చేసేదేశం తానుపయోగించుకొనే వుత్పత్తి రకాలేనాడు జపాన్ దిగుమతి చేసుకోదు జపాన్ యొక్క విదేశీ పెట్టుబడులు కూడా ఇంతే 1990 మార్చి నాటికి జపాన్ లో ఇతర దేశాలు పెట్టిన పెట్టుబడుల కంటే, ఇతర దేశాల్లో జపాన్ పెట్టిన పెట్టుబడులు 17 రెట్లు అధికం ఐరోపా, అమెరికా మార్కెట్లను అతలాకుతలం చేసింది జపాన్ తన యొక్క ఈ వాణిజ్యనీతితో. ఐరోపా, అమెరికాలకు, జపాన్‌కు మధ్య పారిశ్రామిక ఉత్పత్తుల విషయంలో తలెత్తిన, తీవ్ర అభిప్రాయభేదాలకు కూడా జపాన్ యొక్క ఈ వన్‌వేట్రాఫిక్ వ్యాపారమే కారణ మంటారు వ్యూహవేత్తలు 1960 నుండి 1970 వరకు ఐరోపా దేశాల నౌకా నిర్మాణ పరిశ్రమ, జపాన్ యొక్క నౌకా నిర్మాణ పరిశ్రమల మార్కెట్ ఎత్తుగడల ముందు ఏమాత్రం నిలువలేకపోయింది జపాన్ యొక్క విదేశీ పెట్టుబడులు విపరీతంగా పెరిగిపోయి తమ కంపెనీల అస్థిత్వానికే ప్రమాదంగా మారడంతో ఐరోపా, అమెరికా దేశాల కంపెనీలు జపాన్ మీద వ్యాపారపరమైన ఆంక్షల్ని విధించాలని, ఆ దేశం తమ మార్కెట్ల మీదకి దాడిచేయకుండా అడ్డుకోవాలని, దేశవాళీ కంపెనీలయిన తమను రక్షించాలని ఈ కంపెనీలు తమ తమ ప్రభుత్వాలను కోరుతున్నాయి

ఆంగ్లేయుల మార్కెట్లను శాసిస్తున్న రోజుల్లో ఇంగ్లండ్, స్వేచ్ఛావ్యాపారాన్ని తిట్టని తిట్టు తిట్టకుండా తిట్టింది కానీ, పారిశ్రామిక విప్లవం తరువాత నవీకరణాలు మారిపోగా తమ వస్తువులకు బయట డిమాండ్ పెరిగిపోయిందని తెలియగానే Free Trade ను ఇంగ్లాండ్ ప్రేమతో ఆలింగనం చేసుకొంది

1960 నుంచి అమెరికా ఆర్థిక శక్తిగా బలహీన పడటం ప్రారంభమయ్యింది ప్రపంచవ్యాపారం మీద దాని ఆధిపత్యం 1973 నుండి తగ్గడం ప్రారంభమై 1980నాటికి మరింత క్షీణించింది 'లిండర్' లాంటి ఆర్థిక శాస్త్రవేత్తల ప్రకారం రాబోయే శతాబ్దపు తొలి సంవత్సరాల్లో అమెరికన్ ఆధిపత్యం పూర్తిగా నశించిపోతుంది ఇలా తగులుతున్న ప్రతి దెబ్బ తరువాత, స్వేచ్ఛావ్యాపారానికి అమెరికా దూరంగా జరిగిపోతోంది ఈ రోజు అమెరికా స్వేచ్ఛావ్యాపారానికి అణువంత కూడా గౌరవం ఇవ్వదు అమెరికా యొక్క వాణిజ్యనీతిలో ఈ మధ్యకాలంలో వస్తున్న పెను మార్పులను, మారుతున్న ధోరణులను చాలా విశ్లేషాత్మకంగా వర్ణిస్తారు శ్రీ భిస్వజీత్‌ధర్ తన పుస్తకం "ది డిక్లైన్ ఆఫ్ ఫ్రీ ట్రేడ్ అండ్ యుయస్ ట్రేడ్ పాలసీ టుడే" (The Decline of Free Trade and US Trade Policy today) లో

omnibus Trade and Competitiveness Act of 1988 ద్వారా అమల్లో కొచ్చిన సూపర్ 301, స్పెషల్ 301, రెండు కొత్త నిబంధనల లక్ష్యం తన పరిశ్రమలకు రక్షణ కల్పించుకొంటూనే, ఇతర దేశాల మార్కెట్లను తనకనుకూలంగా మార్చుకోవడమే

అమెరికా రూటేవేరు

అమెరికా అవలంబిస్తున్న ఈ ప్రొటెక్షనిస్టు పద్ధతులు, ఇతర దేశాల వ్యాపారంలోకి జోక్యం చేసుకోకూడదన్న గాట్ ఒప్పందపు మౌలిక సూత్రాలను అడుగులోతున పాతిపెట్టాయి. 1974లో తనకు సంక్రమించిన అధికారాలను పయోగించుకొంటూ అమెరికా అధ్యక్షుడు ఇతరదేశాల మార్కెట్లను నిర్వీర్యపరచడమే తన ఏకైక వ్యాపార లక్ష్యంగా పెట్టు కొన్నట్టు కనిపిస్తుంది ఇతర దేశాల నుండి, తన దేశంలోకి జరుగుతున్న దిగుమతులపై భారీగా పన్నులు విధిస్తూనే, మార్కెట్ల తలపులను బోర్లా తెరచి వుంచమని వొత్తిడి చేయడం ప్రస్తుత అమెరికా యొక్క వ్యాపార విధానం

ఇతరదేశాల దిగుమతులు తమ ఉక్కు, మోటారువాహనాలు టెక్స్‌టైల్స్, యంత్రసామగ్రి పరిశ్రమలను దెబ్బతీయకుండా భద్రత కల్పిస్తూ, 1974 సెక్షన్ 301 యాక్టును, తనకు సరియైన మార్కెట్ వసతి కల్పించని

11

301 ద్వారా, అమెరికా ఎగుమతులకు భంగం వాటిల్లుతోంది, వాటిని అడ్డుకొంటున్నారని తెలిస్తే ఆ దేశానికి వ్యతిరేకంగా కూడా అమెరికా అంచెల వారీగా కసితీర్చుకోవచ్చు స్పెషల్ 301 ద్వారా తన వుత్పత్తులకు వాళ్ళదేశాల్లో తన ఆధిపత్యాన్ని పెంచుకొనేలా ఆ దేశాలపై వొత్తిడి తెస్తూనే, సూపర్ 301 ద్వారా, ఏ చిన్న తప్పునైనా తాను భూతద్దంలోచూస్తూ, చూపిస్తూ ఇతర దేశాల్ని బెదిరించగలదు, భయపెట్టగలదు, భయపడితే జలగలాగా దాని రక్తాన్ని కూడా తాపీగా పీల్చేయగలదు అమెరికా ఈ అనుమానం రాకుండా, ఎవరో ఎందుకని అడగకుండా దీనికి మేధోసంపత్తి పరిరక్షణ (Intellectual Property Protection) అంటూ ఓ అందమైన పేరు పెడుతుంది అమెరికా.

1989 మే నెలలో భారత, జపాన్ మరియు బ్రెజిల్‌ను అమెరికా ప్రత్యేకంగా గుర్తించి వీటికి వ్యతిరేకంగా చర్యలు చేపట్టాలని నిర్ణయించింది అందులో భారత్ చేసిన తప్పు (అమెరికా దృష్టిలో) ఏమిటంటే తన (అమెరికావి) వస్తువులు ప్రవేశించకుండా భారత్ అడ్డుకొంటోందట ఇదేరకమైన కారణం చెపుతూ 1990లో కూడా అమెరికా భారత్‌పై ప్రత్యేకంగా కన్నువేసింది జపాన్, బ్రెజిల్ లను సూచీ నుంచి తొలగించింది.

స్వేచ్ఛా వ్యాపారం సరళీకృతవిధానం గురించి అమెరికా విస్తృతంగా ప్రచారం చేస్తుంటుంది. ఈ విషయంలో అది గోబెల్స్ ను మించిపోయింది.

సులభంగా అమ్ముకొంటున్నాయి లిబరైలేజేషన్ విధానాన్ని అనుసరిస్తేనే ముందు ముందు అప్పులు ఇస్తామని పరోక్షంగా బెదిరిస్తున్నాయి కానీ అమెరికా ఏనాడు సూత్రాలను (Free Trade) పాటించలేదు వాటిని ఆ దేశం చాలా ఏళ్ళుగా అతిక్రమిస్తోంది. (Interational organisation for standardisation) చెప్పే నిబంధనలను, స్టాండర్డ్స్ ను అమెరికా పూచికపుల్లను పారేసినట్లుగా పారేస్తుంది వ్యవసాయ రంగానికి సంబంధించి ఇతర దేశాలు సబ్సిడీలు ఇవ్వకూడదని రాజాధిరాజు లాగా శాసిస్తూ, తాను మాత్రం ఆ రంగానికి విపరీతంగా సబ్సిడీలు అందిస్తూ అమెరికా అవలంబించేది రెండునాల్కల ధోరణి కాదా?

జనం తిరగబడతారు

ఇటువంటి అక్రమ వ్యాపార ధోరణులకు, దమన నీతికి కారణం, ఈ నేరాన్ని చేస్తున్న దోషులు అమెరికాలోని సామాన్య ప్రజలు కాదు. కానేకాదు కేవలం కొందరు బడా పెట్టుబడిదారులే ఇందులో దోషులు అమెరికాలో సామాన్య జనానికి ఈ వ్యాపారంలోని అసలు విషయాలు తెలియవు కేవలం అభివృద్ధి చెందుతున్న మరియు దక్షిణాది దేశాలను మాత్రమేకాక, ఐరోపా దేశాలలోని కొన్ని దేశాలను, ఉత్తర అమెరికా వారిని

Agreetment, NAFTA) కు వ్యతిరేకంగా పెద్దఎత్తున ఉద్యమాలు చేసారు.

3) కెనడా ఓటర్లు ఈ ఉత్తర అమెరికా స్వేచ్ఛా వ్యాపార ఒప్పందానికి వత్తాసుపలికిన తమ దేశపు అధికారపార్టీ పీఠాలు కదలి పోయేలా పోరాటానికి దిగారు

4) అమెరికాకు చెందిన ఇలాంటి బడా వ్యాపారసంస్థ కార్గిల్ యొక్క దుశ్చర్యలకు వ్యతిరేకంగా అమెరికాకు చెందిన 12 ప్రజాసంక్షేమ సంస్థలు పర్యావరణ సంస్థలు ఎదురుతిరిగాయి

. . ఇవన్నీ ఒక విషయాన్ని సుస్పష్టం చేస్తున్నాయి అదేమిటంటే ౦బరలైజేషన్ ముసుగులో అమెరికా అవలంబిస్తున్న వ్యాపారవిధానాలు కేవలం తృతీయ ప్రపంచ దేశాలను మాత్రమే కాక, అభివృద్ధి చెందిన ఇతర శ్వేతదేశాలను, ఆఖరికి అమెరికాలోనే వున్న మధ్యతరగతి, పేదవర్గాలను తీవ్రమైన ఇబ్బందులకు గురిచేస్తున్నాయి అమెరికా పాలకుల పెద్ద పెద్దవ్యాపారుల ఈ అపవిత్ర బంధం మానవతా విలువలకు ఏమాత్రం గౌరవం, రక్షణ లేకుండా అడ్డు అదుపు లేకుండా సాగే వ్యాపారమే లక్ష్యంగా సాగుతోంది మళ్ళీ వీళ్ళే తరచు స్వేచ్ఛావ్యాపారపు శీలాన్ని గురించి అనర్గళంగా ఉపన్యసిస్తుంటారు. ఇది దెయ్యాలు బైబిల్ ను పఠించడంలాంటిది

మన 'పై మానవుల' లిబరలైజేషన్ వారి అహంకారానికి, ఆత్మవంచనకు చక్కటి ఉదాహరణ

4) అమెరికాకు చెందని ఇతర దేశాల్లోని దేశభక్తులకు లిబరలైజేషన్ ఒక పెద్ద సవాల్

అందుకనే ఇతర దేశాల్లోని దేశభక్తులు చెపుతున్న స్వదేశీకి సాధికారత వుంది, ఆ స్వదేశీని ప్రతిదేశమూ తన జీవన విధానంగా మలచుకోవాల్సిన తరుణం ఈనాడు ఆసన్నమయ్యింది

వాస్తవమైన సరళీకృతవిధానం కొందరి గుప్పెట్లో బందీఅయిన వైశ్వీకరణ సహవాసం చేయడం అసాధ్యం హిందువులు ప్రవచిస్తున్న వైశ్వీకరణ నిజమైనది, ఆచరించతగ్గది కూడా!

తామింకా హిందువులుగానే వుంటున్న హిందువులకు వారి వైశ్యీకరణవాదం అంటే ఏమిటో బాగాతెలుసు కానీ హిందువులుగా తమను తాము చెప్పకోవడానికి సిగ్గుపడుతున్నవారు, తామూ హిందువులమని ఎవరికీ వినబడకుండా చెపుతున్నవారి సౌకర్యార్థం హిందువులు నమ్మే వైశ్వీకరణ గురించి సంక్షిప్తంగా చర్చించుకొందాం

'సృష్టిలోని సమస్త జీవులు ఒక్కటే' అన్న భావన అర్థమయిన నాడే, లోకకళ్యాణం, ప్రపంచ సమైక్యత సాధ్యమవుతాయని పూజ్యగురూజీ ఆనాడే చెప్పారు తమ సహజ సిద్ధమైన అస్థిత్వాన్ని పరిరక్షించుకొంటూ తమయొక్క ప్రత్యేకతలను కోల్పోకుండా, మానవాళి యొక్క అంతర్లీన ఏకతను అర్థంచేసుకొని వివిధ దేశాల ప్రజలు భేదాలు మరచి ఒకే కుటుంబంగా జీవించే పరమోన్నతస్థితి అసాధ్యం కాదని వారు భావించారు అలాంటి సుందరమైన ప్రపంచాన్ని వారు దర్శించారు ఒకే గమ్యం వైపు జరుగుతున్న మానవుల ఈ ప్రస్థానంలో, ఒకవ్యక్తి కాని, సమాజం కానీ దేశం కానీ తన అస్థిత్వాన్ని, వైవిధ్యాన్ని కోల్పోతే విశ్వంలో ఏదో వెలితి కొట్టొచ్చినట్టు నిపిస్తుంది పువ్వుల్లో దాగిన మకరందం ఎలా అయితే ఒకే రుచిని ల్గివుంటుందో, అలానే విభిన్న సంస్కృతుల్లో జాతుల్లో నూ ఒక సమైక్యతా మకరందం దాగి వుంటుంది. దాన్ని గుర్తించి గౌరవించడం భారతదేశ సంస్కృతి మాత్రమే చేయగలిగింది ఇన్నేళ్ళ మానవజీవన చరిత్రలో

శ్రీ గురూజీ ఇలా అంటారు "భారతీయులు చెప్పే ప్రపంచ రాజ్యం అనేక జాతుల సమాఖ్యలో నుండి ఉద్భవిస్తుంది. ఈ విభిన్న జాతులన్నీ ఒకే కేంద్రంతో కలపబడి వుంటాయి ఈ విధమైన ఆలోచన విశ్వమానవ సౌభ్రాతృత్వాన్ని పూర్తిగా నమ్మి దాన్ని మరింత అర్థవంతం,

అంతేకాదు అతి తక్కువగా వున్న వనరులను అతి తక్కువగా వుపయోగించుకోవడం, పర్యావరణానికి ఏమాత్రం ప్రమాదం లేకుండా, ప్రకృతికి ఏ శాశ్వత బెడద లేకుండా చేయడం, హద్దుల్లేకుండా పెరిగిపోతున్న మానవుల కోరికలను, అతి తక్కువగా వున్న వనరులతో తృప్తిపరచడం, జనాభా విస్ఫోటనాన్ని అరికట్టడం, రక్షణవ్యయానికి ప్రపంచ దేశాలు కేటాయిస్తున్న బడ్జెట్ నిధులను అభివృద్ధి కార్యక్రమాలకు మళ్ళించడం, ప్రతిదేశాన్ని, తను ప్రత్యేకంగా వుత్పత్తి చేసే వస్తువులను మరింత విస్తారంగా వుత్పత్తి చేసుకోవడానికి ప్రోత్సహించడం, దేశాలు శాస్త్ర సాంకేతిక పరిజ్ఞానాన్ని సునాయసంగా ఇచ్చి పుచ్చుకోవడం, ప్రపంచవ్యాప్తంగా సాంకేతిక ప్రగతిని ప్రతిక్షణం గమనించి సరియైన మార్గదర్శనం చేసే (International Technological Ombudsman (ITO) ను రూపొందించుకోవడం ప్రపంచదేశాలు సుభిక్షంగా, సురక్షితంగా శాంతి యుతంగా జీవించడానికి, ఆర్థిక వ్యవస్థలు ఆరోగ్యంగా వుండేందుకు అడుగడుగునా అడ్డుపడుతున్న, యావత్తు ప్రపంచాన్ని భయభ్రాంతుల్ని చేస్తున్న అంతర్జాతీయ ఉగ్రవాద ముఠాలను అదుపుచేయడం .. సాధ్యంకాదు. మనిషి దిశాదర్శనం లేకుండా నాల్గు రోడ్ల కూడలిలో దిక్కుతోచక నిలుచుకొన్న ఈమానవ లోకంలో అధ్యాత్మికత ఆధారంగా భావజాగృతి జరగకపోతే పైన చెప్పిన వేవి

విజయం వైపు ప్రయాణం చేసేలా దీవించు!

స్వదేశీ కి ప్రపంచం నలుమూలలా అనుకూలమైన స్పందన లభిస్తోంది అమెరికా వాళ్ళు చెపుతున్న Be American, Buy American (అమెరికన్‌గా వుండు అమెరికావే కొను) నినాదంలో దాగివున్నది వారిలోని స్వదేశీ భావనే. ఇతర పశ్చిమదేశాలు కూడా దాదాపు ఇదే మార్గాన్ని అవలంబిస్తున్నాయి సాధ్యమైనంత వరకు అభివృద్ధి చెందిన దేశాల్లోని దేశభక్తులంతా విదేశీ ఆర్థిక సామ్రాజ్యవాదంతో తమ దేశాలకు జరుగుతున్న ప్రమాదాన్ని గుర్తించి, దానిని ఎదుర్కోవడానికి స్వదేశీ ఒక్కటే ఆయుధమని గ్రహిస్తున్నారు కేవలం కొందరు స్వార్థపరులు విదేశీ సొమ్ముకు, భావాలకు అలవాటుపడిన మరికొందరు మాత్రమే ఈవాస్తవాన్ని గ్రహించలేకపోతున్నారు

భారత దేశానికి సంబంధించి స్వదేశీ ఒక ప్రత్యేకతను పొందించుకొంది ఎందుకంటే స్వదేశీ అంటే ఇక్కడ కేవలం ఒక ఆర్థిక రమైన ఉద్యమం మాత్రమే కాదు ఆర్థిక పునర్నిర్మాణానికి కూడా స్వదేశీ ఒక మాధ్యమం ఇక్కడ ఇది కేవలం ఒక రాజకీయ నినాదం మాత్రమే కాదు, రాజకీయ స్వాతంత్ర్యాన్ని ప్రకటించే మంత్రం కూడా! స్వదేశీ అనేది కేవలం రాజకీయ, ఆర్థిక లక్ష్యాలతో కూడుకొన్న ఒక ఆధ్యాత్మికతా ఉద్యమం మాత్రమేకాదు జాతీయ దృక్పథాన్ని జాతీయ చైతన్యాన్ని కూడా స్ఫూర్తించే

ప్రపంచయుద్ధంలో భాగంగా భావిస్తారు. ఈ మూడవ ప్రపంచయుద్ధం (అంతర్గతంగా మన మంతా యుద్ధం చేస్తున్నామని విజ్ఞులైన పాఠకులు గుర్తించాలి ఈమారు మిలటరీ అయుధాలతోకాక ఆర్థికపరమైన ఆయుధాలతో పోరాడ బడుతోంది శ్రీ దయాకృష్ణ యొక్క ఇలాంటి విశ్లేషణలతో అంగీకరించని కొందరు కూడా ఆయన, పుస్తకంలో పేర్కొన్న వాస్తవాలతో పూర్తీ ఏకీభవించకుండపోరు మచ్చుకు కొన్ని గమనించండి.

మాప్రశ్నలివి. జవాబులేవి?

1) గాట్ ఒప్పందం తానేనాడు పేదరికాన్ని నిర్మూలిస్తానని హామీ ఇవ్వలేదు. ఎందుకు?

2) గత నలభై రెండేళ్ళ కాల వ్యవధిలో ప్రపంచ ఆదాయంలో పేద దేశాల వాటా 12 నుండి 5 శాతానికి పడిపోయింది కానీ ధనికదేశాల వాటామాత్రం 66 నుండి 79 శాతానికి పెరిగి పోయింది. ఎందుకు?

3) ఇతరులను దోచుకోవడం ఆధారంగా నిర్మితమైన ఆర్థికవ్యవస్థలు ఎక్కువ కాలం నిలబడలేవు అవి కూలిపోవడం ఖాయం. ధనిక దేశాలు ఇలా చాలా కాలం నుండి పేదదేశాల్ని దోచుకొంటున్న కారణంగా జరిగిందేమిటో మీరే గమనించండి

దయాకృష్ణ దృష్టిలో 1985 అటు ధనిక దేశాలకు, ఇటు పేదదేశాలకు చాలాకీలకమైన సంవత్సరం ఎందుకంటే పేదదేశాలు, తమకు లభిస్తున్న కొత్త అప్పులకంటే, తాము ఇప్పటికే చెల్లించాల్సిన అప్పులపై వడ్డీలే ఎక్కువగా వుండే ఒక అర్థం కాని పరిస్థితిని కళ్ళారాచూడటం ప్రారంభమయ్యింది 1985 లోనే. తాము చెల్లించాల్సిన అప్పులపై వడ్డీలను పేదదేశాలు, తమకు ధనిక దేశాలందిస్తున్న అప్పులలోంచి సరిపెట్టడం ప్రారంభించడంతో తమ ఎగుమతులకు కష్టకాలం దాపురించిందని ధనికదేశాలు గుర్తించడం కూడా 1985లోనే జరిగింది. ఈ పరిస్థితుల్లో పేద దేశాలనుండి ధనిక దేశాలకు ఎక్కువ ఆదాయం లభించాల్సిన అవసరం ఏర్పడింది అందుకని 'గాట్' అనే ఒక కాలకూట విషాన్ని బంగారుపాత్రలో వడ్డించడం ప్రారంభించారు అందుకే ఉరుగ్వే చర్చలనంతరం మొట్టమొదటసారిగా Agrilculture, TRIPS, TRIMS and Services లాంటి కొత్త అంశాలను గాట్ పరిధిలోకి తీసుకురావడం జరిగింది

దయాకృష్ణ యొక్క మొత్తం పరిశోధనను నిష్పాక్షిక దృష్టితో ఆలోచిస్తే బహుళజాతి కంపెనీలను అమితంగా ప్రేమించే మన దారి తప్పిన దేశభక్తులకు అనేక సత్యాలు తెలుస్తాయి

"స్వదేశీ" అన్ని జాతిజీవన రంగాలన్నింటిలోను సాక్షాత్కరిస్తుంది

అంటారు

మనం ఎక్కడకు చేరుకొన్నాం?

Acc No. 209149

"ప్రస్తుత తరం అనుసరిస్తున్న అంధవిశ్వాసాలను మరేతరమూ ఇంతవరకు చూసిన పాపాన పోలేదు అటువంటి అంధవిశ్వాసాల్లో అత్యంత హేయమైన దేమిటంటే భౌతిక పరమైన సైన్సు మన అన్ని ప్రశ్నలకు సమాధానాలిస్తుందని గుడ్డిగా నమ్మడం అలాంటి భౌతికవాదులు ఇంక ఎంత మాత్రం వారి అహంకారంతో జీవించలేరు వారి నమ్మకాలకు కాలం చెల్లింది వారెక్కడ ఆగుతారో వారికే తెలియదు విలువల కేమాత్రం స్థానం లేని శూన్యజీవితాన్ని మనకియ్యడం తప్ప భౌతికవాదం సాధించేదేమీ లేద

క్లాడ్ ఎల్వారెస్ Claude Alvares ధర్మపాల్ Dharamp శ్రీనివాసన్ Srinivasan లాంటి శాస్త్రవేత్తలు మన భారతీయ సాంకేతిక విధానంలోని ప్రత్యేకతలపైన దృష్టి కేంద్రీకరించుతూ, వాటిని వెలుగులోకి తెచ్చారు వీటిసాయంతో పశ్చిమదేశాలు పని గట్టుకొని చేస్తున్న అబద్ధపు ప్రచారాన్ని సమర్థవంతంగా అడ్డుకొన్నారు వాళ్ళ పరిశోధనలు పశ్చిమదేశాల్లో ఈ మధ్యకాలం వరకు నెలకొనివున్న సాంకేతిక వెనుకబాటుతనాన్ని మనకు చూపిస్తాయి ఫలితంగా ఈనాడు దేశీయ సాంకేతిక పరిజ్ఞానాన్ని తయారు

ఇలా రాస్తారు

"కుటుంబం మొదలుకొని, సంస్థ, జాతి ఇలా అన్ని స్థాయిల్లో కూడా పనిని త్యాగంగా భావించడం ద్వారా మాత్రమే ఈ అన్ని స్థలాల్లో పని సజావుగా జరుగుతుంది, పైగా పనిలో నాణ్యత పెరుగుతుంది "

ఆ విధంగా పశ్చిమదేశాల్లో, మానవసంబంధాల విషయంలో ఎలాంటి ధోరణి వుండాలి అని చర్చించిన 1930లోని ఆలోచనావిధానాని కన్న 1950లోని సాంఘిక, సాంకేతిక విషయాలపై కొందరి ఆలోచనా విధానానికన్న, 1960 లోని ఉద్యోగవకాశాలు, పరిధి విస్తరించుకోవడమెలా అనే అంశంపై ప్రచారంలోకొచ్చిన వారి ఆలోచనా విదానం కన్న, మన భారతీయ దృక్కోణమే ఉన్నతమైనదని యస్ కె చక్రవర్తి నిరూపిస్తారు.

భాషా పరమైన అధిపత్యానికి కూడా గడ్డురోజులు సంభవించాయి. సంస్కృతభాషను దిగజార్చాలని చేసిన ప్రయత్నాలు బెడిసికొట్టాయి ఈనాడు కంప్యూటర్లకు సైతం అతి అనువైన భాషగా సంస్కృతాన్ని గుర్తిస్తున్నారు. ఆఖరికి పాకిస్తాన్ కూడా పాణిని మహర్షి మావాడే అంటూ గర్విస్తోంది. భారత్‌లో సుప్రీంకోర్టు కూడా సంస్కృతం యొక్క ప్రాధాన్యతను గుర్తించింది ఈమధ్యనే

జాగృతికి దోహదపడుతున్నాయి మలేషియా ప్రధాని మహతీర్ మహమ్మద్ South Commission ను ఏర్పాటు చేస్తూ, చూపించిన చొరవ ప్రశంసనీయం లిబరలైజేషన్ మా దేశాలు అనుసరిస్తున్న సంప్రదాయ విలువలకు, సంస్కృతికి విరుద్ధంగా సాగితే సహించేది లేదన్న ఆయన మాటలు అక్షరసత్యాలు డా॥ మన్మోహన్ సింగ్, South Commission కు ప్రధాన కార్యదర్శి కావడం గమనార్హం మరోఉదాహరణగా ఫిలిఫ్పీన్స్ గురించి చెప్పవచ్చు తమదేశపు నియంత మార్కోస్ (చనిపోయాడు) పశ్చిమదేశాల నుండి తీసుకొన్న సొమ్ములో, అభివృద్ధి కార్యక్రమాలకు వినియోగించిన డబ్బును మాత్రమే ఆ దేశాలకు తిరిగి చెల్లిస్తామని, ఆయన విలాసాలకు వ్యక్తిగత భోగాలకు, సుఖాలకు ఖర్చు చేసిన డబ్బుకు తమకు ఎలాంటి సంబంధము లేదని ఫిలిప్పైన్స్ ప్రజానీకం తెగేసి చెప్పడం మనం గమనించాలి ఆ విధంగా ఖర్చు చేసిన డబ్బు కారణంగా లాభపడ్డ వారెవరో, వారే ఆ డబ్బును చెల్లిస్తారని జాతీయులు అక్కడ చెపుతున్నారు

అణు సంభాషణల పై కొరియా అవలంభించిన దృఢవైఖరి, అమెరికా అనుసరిస్తున్న వొత్తిడి కుయుక్తులకు ధీటైన జవాబు చెపుతున్న చైనా, జపాన్‌ల జాతీయసంకల్పం, ప్రపంచవ్యాప్తంగా ప్రబలుతున్న ఇస్లామిక్ మతఛాందసవాదాలెన్ని అరికట్టడంలో అమెరికా విఫలం కావడం, భారత్-పాకిస్తాన్ సంబంధాలపై అమెరికా అవలంబిస్తున్న పాక్-పక్షపాత ధోరణిని

కలిగి వున్న ఆర్థిక వ్యవస్థల మిద ఫలితాలను చూపెడం ప్రారంభన్తాయిన, ఈ ఫలితాలు దేశీయమైన, సంప్రదాయబద్ధమైన పరిశ్రమల సంక్షేమానికి, అవి ఆచరించే విధానాలకు వ్యతిరేకంగా వుంటాయని ఇపుడిపుడే అభివృద్ధి చెందుతున్న దేశాలు గుర్తిస్తున్నాయి. బహుళజాతి కంపెనీల యొక్క వ్యూహపు ఫలితాలు ఎలావున్నా అభివృద్ధి చెందుతున్న దేశాలు పరిస్థితి చేయి దాటిపోకుండా అప్రమత్తంగా వుండాలి మనకు కావాల్సింది కళ్ళు మిరుమిట్లు గొలిపే ప్రగతి మాత్రమే కాదు ఆ ప్రగతిని సాధించేందుకు అవలంబించ బడుతున్న పద్ధతులు కూడా మనకు ముఖ్యమైనవే

నాణ్యత, ఉత్పత్తి, ఉద్యోగం ఈమూడు ఏకసమయంలో జరుగుతూ వుండాలి కానీ ప్రస్తుత సంస్కరణలు ఇందుకు అనుకూలంగా లేవు. సంస్కరణల మోజు లో పడ్డ దేశాలు ఈనాడు కళ్ళు తెరచి వాస్తవాన్ని చూడటం మొదలెట్టాయి. ఇపుడు తమ తమ వ్యూహాల గురించి పునరాలోచన చేస్తున్నాయి.

వెయ్యితలల రాక్షసి

ప్రపంచ వ్యాపార సంస్థ (World Trade Organisation) జి-7 దేశాల మాటలకు, బహుళజాతి కంపెనీలకు వత్తాసు పలుకుతుందని, దక్షిణాదిదేశాలకు బాగాతెలుసు ప్రపంచాన్ని మొత్తం శాసించే ప్రభుత్వాతీత

ఈనాడు ప్రపంచదేశాల ముందు వెయ్యితలల రక్కసిగా నిలబడబోతోంది

ప్రతి యొక్క మానవ సమూహానికి తన స్వాతంత్ర్యాన్ని సార్వభౌమికతను చాటుకొనే హక్కువుంటుంది బ్రతికున్న ప్రతి జీవి, ఎంత చిన్నదైనా ఎంత పెద్దదైనా, మనం దాని ఉనికిని గౌరవిస్తాము ఇది మానవ సమూహాలకు కూడా వర్తిస్తుంది లోక సంక్షేమం మానవ సంతోషం అనే పరిధిలోనే దేశాల యొక్క జాతీయ అవసరాలను, జాతీయ దృకధాన్ని కాపాడుకొనే ప్రయత్నంచేసేదిగానే ప్రతి దేశం యొక్క విదేశాంగ నీతి రచింపబడాలని పండిత దీన దయాళ్ ఉపాధ్యాయ, డాక్టర్ శ్యామాప్రసాద్ ముఖర్జీలు భావించారు ఏది జాతీయ ఆవశ్యకత? అనే ప్రశ్నకు ఛార్లెస్ ఓలెరిహి charles olerohe మరియు అబ్దుల్ ఎ సయ్యిద్ Abdul sayeed ఇలా జవాబిస్తారు.

ఏ దీర్ఘకాలిక ఉద్దేశ్యం కోసమైతే ఒకరాజ్యం, ఒక జాతి, ఒక ప్రభుత్వం సేవానిరతిలో పనిచేస్తుంటాయో దాన్నే జాతీయ ఆవశ్యకత అంటారు

జోసెఫ్ఫ్రాంకెల్ Joseph Frankel అనే మరోమేధావి "ఒక దేశపు విదేశాంగనీతిలో దాని జాతీయ ఆవశ్యకతే అత్యంత కీలకమైనది. రాజకీయ స్వాతంత్ర్యం లేకుండ సార్వభౌమత్వం అర్థం లేనిది సార్వభౌమత్వం లేకుం

చాటుకోవాలని ప్రయత్నించలేదు యావత్తు భూమిని మనం ఒక కుటుంబంగానే భావిస్తాము కానీ ఈనాడు మనకు వైశ్వీకరణ (Globalisation) గురించి ఉపదేశిస్తున్న వారి చరిత్ర మొత్తం గబ్బిలాల కంపే ఆర్థికపరంగా ఇతరుల్ని దోచుకొన్నవారు, వూచకోతలు, మారణ కాండలతో తమ చరిత్రను రుధిరాక్షరాలతో రాసుకొన్న సామ్రాజ్యవాద దేశాలు వైశ్వీకరణ గురించి మాట్లాడటం, దెయ్యాలు వేదాలు వల్లించడం కంటే విడ్డూరమైనది

ఈ రోజుల్లో మనం ప్రపంచవ్యాప్తంగా ఒకకొత్త సమస్యను ఎదుర్కొంటున్నాం ఉగ్రవాదులు, ఛాందసవాదులు, నేరస్థులు, మత్తు ార్థాల స్మగ్లర్లు. ఇలాంటి వారందరినీ కొన్ని కఠినచర్యల ద్వారా అదుపులో ట్టడం అసాధ్యమేమీకాదు కానీ ఈనాడు అధికారాన్ని దేశం, రాజ్యం ిధినుండి ప్రపంచ ఆధిపత్యాన్ని కోరుతున్న రాబందులు తన్నుకుపోవడానికి చాలా పకడ్బందీ కుట్రలు జరుగుతున్నాయి తృతీయ ప్రపంచదేశాల సార్వభౌమత్వాన్ని Gatt ద్వారా బహుళజాతీయకంపెనీలు కైవసం చేసుకోబోతున్నాయి వాళ్ళ దేశాల్లో ఆర్థికవ్యవస్థలు బలహీన పడటానికి గల కారణాలను తృతీయ ప్రపంచదేశాల ప్రజల (దేశభక్తులు)కు తెలియకుండా దాచి పెడుతున్నారు భయంకరమైన వారి ముఖాలకు

సూర్యోదయమౌతోంది

ఇదే స్వదేశీ ఉద్దేశ్యం, దేశసార్వభౌమత్వాన్ని గర్వంగా నిలుపుకోవడం, సగర్వంగా చాటుకోవడం కోసమే స్వదేశీ ఉద్యమం జాతీయ స్వయం సమృద్ధికి అవసరమైన ఆర్థిక పునర్నిర్మాణాన్ని మనం మనదేశపు విలువలు, విధానాలాధారంగానే చూసుకోగలం స్వదేశీఉద్యమం ఆరంభంకావడమనేది మనం స్వదేశీ పునురుజ్జీవనానికి కేవలం కొన్ని అడుగులు దూరం మాత్రమే వున్నామన్నదానికి ఒక సంకేతం యోగిఅరవిందులు అన్నట్టు "భారత పునురుజ్జీవన యాత్ర, ఐరోపా పునురుజ్జీవనం లాగాకాకుండా పూర్తిగా భిన్నంగా వుంటుంది ఎందుకం మనదేశంలో జరిగే ఈ చారిత్రాత్మక మార్పు మనకే కాక సమస్త ప్రపం శుభం చేకూర్చేదిలా వుంటుంది మన సంస్కృతీ విలువల కారణ "మానవత్వం" అనే ఆలోచనే ఒక విప్లవాత్మకమైన మార్పు సంతరించుకొంటుంది పాశ్చాత్యులు చెప్పే మానవత్వం ప్రొటోగరః (Protagoras) చెప్పిన (Man in the measure of all things) (మని అన్ని విషయాలకు కొలబద్ద) అన్న (మానవకేంద్రీతవాదం) వాదన పై ఆధారపడివుంది తన (True Humanism) లో మారిటెయిన్ అనే రచయిః

మిగిలేది సందిగ్ధం, శూన్యం, అవినీతి మాత్రమే''

పై మాటలెంత నగ్నసత్యాలో మానవాళి ఇప్పటికే తెలుసుకొంటోంది పశ్చిమదేశాల ఆలోచనావిధానం ఆధారంగా ఏర్పడ్డ నాయకత్వాలు విఫలమవుతున్నాయి దానితోపాటు అలాంటి ఆలోచనలోంచి పుట్టిన సామాజిక వ్యవస్థలు కూడా ఈనాడు తీవ్ర సంక్షోభాన్ని ఎదుర్కొంటున్నాయి అందుకనే నేడో కొత్త నాయకత్వపు కొరత ఏర్పడింది ఆ కొరత మన భారతీయ ఆలోచన కారణంగానే తీరాలి మన ఆలోచన "అందరూ ఒకటే" (All in one) అంటుంది ఈ చిన్న వాక్యంలో సమస్త సృష్టి సుఖశాంతులతో జీవించేందుకు స్ఫూర్తి ప్రసాదించబడింది ఈ ఉదాత్త విలువలతో ఈ దేశప్రయాణం మొదలయ్యింది కాబట్టే మనం ఏకాత్మమానవతావాదాన్ని (Integral humanism) రచించగలిగాము దీనిద్వారా ప్రపంచానికి సరియైన దిశాదర్శనం చేసే నాయకత్వం మనం అందించగలం

'అగ్గిపుల్ల' 'సబ్బుబిళ్ళ' కాదేది- స్వదేశీ కర్థం

అందుచేతనే భౌతికపరమైన వస్తువులవాడకం, ఆర్థికపరమైన విషయాలను ఆలోచించడం జాతీయ సార్వభౌమత్వాన్ని కాపాడుకోవడం అనే వాటికోసం ప్రారంభమైనదిగా కనిపిస్తున్న స్వదేశీఉద్యమం, రాబోయే

అందరికీ కలిగిన దుఃఖంగానే వుంటుందని భారతీయులు తమ హృదయాంతరాళల్లో భావిస్తారు ఏనాడు కూడా మనం ఈలోకం నుంచి విడి పడి జీవించలేదు అన్ని దేశాలతోను, మానవ సమూహాలతోనే మనం సత్సంబంధాలు కలిగివున్నాము ఈ మధ్యకాలంలో కాడా భారత్ పంపిన యోగులు, పండితులు, వైద్యులు, వ్యాపారులు, పారిశ్రామికవేత్తలు, శాస్త్రవేత్తలు, కళాకారులు, పనివారు విదేశాల్లో నిస్వార్థంగా, నిజాయితీగా పనిచేస్తున్నారు నిజానికి వాళ్ళు ఆ దేశాలకు, మన దేశానికి సాంస్కృతిక వారధిని నిర్మిస్తున్నారు అలా వీరంతా మన అనధికార సాంస్కృతిక దూతలుగా ఉంటున్నారు భారతీయవాదం మధ్యలో భేదాభిప్రాయం వచ్చే అవకాశమే లేదు మనం వాటిని పరస్పర పూరకాలుగానే భావిస్తాము. మన ఆలోచన ప్రకారం అమానుషత్వానికి, మానవత్వానికి మధ్య వంతెన జాతీయవాదం అనాగరికుడిగా వున్న వ్యక్తి నాగరీకుడై జాతీయవాదిగా తన దేశాన్ని దేశ వాతావరణాన్ని గౌరవిస్తూ, అలాగే ముందుకుసాగి ఈ విశ్వమానవుడవుతాడు.

పోతున్నాం ముందుకు పోతున్నాం తోసుకు

కానీ కొందరు మన మేధావుల దృష్టిలో జాతీయవాదం, మన మహాపురుషులు, మన సంస్కృతీ, మన అలవాట్లు . ఇవన్ని విదేశాలతో

అంగీకరించం అది జరగాలంటే ఆ పాశ్చాత్యులే మీ వాళ్ళు గొప్పవాళ్ళని మనకుచెప్పాలి అపుడు (శంఖం లోంచి వచ్చిందే తీర్థం) అన్న చందాన మనవారి గొప్పదనాన్ని అంగీకరిస్తాము

మాకేంతెలుసు? అంతామీకే తెలుసు.

గుప్తులకాలంనాటి స్వర్ణయుగాన్ని, చైనా వాళ్ళ ఆక్రమణను సమర్థవంతంగా ఎదుర్కొన్నశైలేంద్రుడి సామ్రాజ్యాన్ని గురించి గానం చేస్తున్న దెవరు? మనవాళ్ళా? కానేకాదు మన మేథావుల దృష్టిలో ఇవన్నీ కాకమ్మ కథలు, పిల్లలు చెప్పుకొనే పిట్టకధలు అమెరికాను కనుగొన్నది హిందువులు కాదు, ఐరోపావారేనని మన మేధావుల ప్రగాఢ (అంధ) విశ్వాసం సంస్కృతం కమతృభాష. లాటిన్ మాత్రమే అమృతభాష సకల విజ్ఞానానికి లాటిన్ ·షయే తల్లి రాజ్యం, రాజ్యాంగ, రాజనీతి రచనాశాస్త్రంలో మాకియవెల్లి ముందు చాణక్యుడు బలాదూర్, ఫ్రాయిడ్ (Freud) జంగ్ యాడ్లెర్ (Adler) ల ముందు పతంజలి పలాయనం చిత్తగించాల్సిందే. ఇలా సైన్సు, చరిత్ర, కళలు .ఒకటేమిటి మానవుడి జీవనం ఇంత ప్రగతి సాధించిందంటే ఇదంతా కేవలం ఐరోపావారి భిక్ష ఈవిధమైన మానసిక భావదాస్యానికి మనం వంద సంవత్సరాల నుండి పూజలు చేస్తుండిన కారణంగానే విశ్వాసం కొరవడి

భాషను మన జీవితాలకు అన్వయించుకోవడం ఆధునికత

ఏది పాశ్చాత్యీకరణ?

పశ్చిమదేశాలలోని వ్యవస్థలు, పద్ధతులు, భావాలు, ఆదర్శాలు, జీవన ప్రమాణాలను తాముకూడా అవలంబించేలా ఒక దేశాన్ని ప్రభావితం చేస్తే అది పాశ్చాత్యీకరణ

ఏది తూర్పు? ఏది పడమర?

కానీ 'ఇది పాశ్చాత్యం' అని చెప్పడం చాలా కష్టం నిజానికి విస్తరిస్తున్నా మానవ విజ్ఞాన పరిధులను పరిగణన లోకి తీసుకొంటే సత్యానికి కులం, వర్గం, సమాజం, జాతి అని సరిహద్దులుండవు అది విశ్వజనీనం ఒక కొత్త సత్యాన్ని కనుగొన్నవ్యక్తి ఒక దేశానికి చెందిన వాడు కావచ్చేమో కానీ అతను కనుగొన్నది మాత్రం సమస్త ప్రపంచానికి వర్తిస్తుంది ఈక్రింది పేర్కొన్న విషయాలు తూర్పుదేశాలవారివా, పశ్చిమ దేశాల వారివా? ఇది ఇలా అని మనం తేల్చి చెప్పగలమా?

1) పాశ్చాత్య దేశాల వారికంటే చాలా ముందుగానే అణుశాస్త్రాన్ని తః పరమాణు వాదం ద్వారా చర్చించిన కణాదుడు

విశ్వాత్మ దీనితో పాటు కోరికలు, భావాలు, ఆలోచనలు, నమ్మకాలు, తెలివితేటలు మానవీయమైనవి వాటిని తూర్పు-పడమరలుగా విడదీయలేము అలా వీటన్నిటినే విశ్వవ్యాపిత మైన విషయాలుగా అంగీకరిస్తూనే, మనం మరో విషయాన్ని గుర్తించాలి ప్రపంచ వ్యాప్తంగా సమాజాల వివిధ పరిస్థితుల కారణంగా, వివిధ సమయాల్లో వివిధ మార్పులకు లోనయ్యాయి ఈ మార్పులు ప్రతి సమాజపు మనోఫలకం మీద చెరగని ముద్రలేవేశాయి భౌగోళిక, రాజకీయ కారణాలు ప్రధానంగా సంస్కృతి వైరుధ్యానికి దోహదం చేసాయి ఈ సాంస్కృతిక వైరుధ్యాలు రెండు విధాలైన గమ్యస్థానాలకు దేశాల్ని తీసుకెళ్ళాయి. పాశ్చాత్యదేశాలు భౌతికవాదం వైపు బయలు దేరి, భౌతికవాదాన్ని తమ సిద్ధాంతంగా చేసుకొని భౌతికవాద దేశాలుగా గుర్తించబడగా, తూర్పుదేశాలు (భారత్ లాంటివి) ఆధ్యాత్మికత దేశాలుగా గుర్తించబడ్డాయి

మానవుడు దానవుడు కావడమెలా?

భౌతికవాద ప్రేరిత దేశాలు కాబట్టి మానవుడే అన్నిటికంటే ముఖ్యం అన్న మానవత్వవు దృక్కోణాన్ని అవి ప్రకటిస్తాయి. పైకి తప్పు అనిపించకపోయినా, మానవుడిని మాత్రమే అతి ముఖ్యుడిని చేయడమనేది,

tric) మానవత్వం

2) మానవుల మధ్య సామరస్యాన్ని పెంచడానికి అవసరమైన వాతావరణాన్ని ఇది కల్పించదు

3) ఇది ఎల్లవేళలా మానవ హక్కుల గురించే మాట్లాడుతుంది కానీ మానవులు అనుసరించాల్సిన విలువల కు అంత ప్రాధాన్యత ఇవ్వదు

దీన్ని దృష్టిలో వుంచుకొనే జాన్‌క్లీనింగ్ (Johnkleining) అనే మేధావి అంటారు "ఇతరుల పట్ల ప్రేమ, బాధ్యత, అహగాహన లేనంత కాలమూ, కేవలం ఈ హక్కులు పట్టుకొని వేలాడితే సాధించేదేమీ వుండదు ఇవి అంతర్జాతీయస్థాయిలో దేశాల మధ్య అత్యంత అవసరమైన సామరస్యవాతావారణానికి అవి ఎంత మాత్రమూ దోహదం చేయవు ఇతరులకు సహాయం చేయడాన్ని హక్కుగా, విధిగా చేసినపుడు అందుల అసహజత్వం, కృత్రిమత్వం అధికంగా వుంటాయి.కానీ అదే పనిని ప్రేమతో బాధ్యతతో చేస్తే అది అవతలి వ్యక్తిలోని విశిష్టత కు మనమిచ్చే గౌరవంగా మారుతుంది."

పాశ్చాత్యుల ఆలోచనావిధానమెప్పుడూ సంకుచితంగానే ఉంటుంది కేవలం రెండవ ప్రపంచ యుద్ధ సమయంలో మాత్రమే అక్కడి శాస్త్రవేత్తలు అంతర్గత క్రమశిక్షణ యొక్క అవశ్యకతను గుర్తించగలిగారు మానవజీవన గమనవు (Inter Relatedness) ను వారు అర్థం

వారు ఆర్థికశాస్త్రాన్ని మిగిలిన వాటినుంచి వేరుపరచి ఆలోచిస్తారు వారి ఆర్థిక నీతిలో పర్యావరణానికి, ప్రమాదంలేని జీవనానికి స్థానం లేదు అది సహజంగానే అశాంతికి కొన్ని సామాజిక దోషాలకు దారి తీస్తుంది అందుకే ఆర్థికవిషయాలు విలువలాధారంగా రచింపబడాలి అని ష్యుమేచర్ అన్నపుడు పాశ్చాత్య ఆర్థికవేత్తలు ఆశ్చర్యపోయారు.

ఆయన ప్రపంచంలోని రెండు ఆర్థిక విధానాలను పోలుస్తూ వాటి గమ్యాలను, గమనాలను వివరిస్తారు ఆయన దృష్టిలో రెండు ఆర్థిక విధానాల్లో ఒకటి పాశ్యాత్య భౌతికవాద ఆర్థిక విధానం రెండు బౌద్ధ సూత్రాలాధారంగా రచింపబడిన ఆర్థిక విధానం మొదటి విధానంలో అత్యంత గరిష్ట స్థాయిలో జరిగే ఉత్పత్తి పద్ధతుల్లో ఏటా ఎంత మేరకు వినియోగం జరుగుతోందో దాని ఆధారంగా, మానవుని జీవన ప్రమాణాన్ని అంచనా వేస్తారు. రెండవ విధానం సమ్యక్‌జీవనం (Right Livelihood) మధ్యేమార్గం (Middle path) ఆధారంగా వినియోగమవుతున్న దానిలోనే సంపూర్ణమైన మానవ సంక్షేమాన్ని సంతృప్తిని పొందాలని భావిస్తుంది

మనం పాశ్చాత్యాన్ని అనుసరించడం అనేది అసాధ్యం. రవీంద్రనాథ్‌టాగుర్ అన్నారు "పాశ్చాత్యాన్ని అనుకరించడమనేది మన అస్థిపంజరానికి వేరొకరి చర్మం అతికించినట్టు వుంటుంది అలాంటి

తేనేలో తియ్యదనంగా కలిసిపోయాయి దీన్ని గురుదేవులు రవీంద్రనాథ్‌టాగుర్ తన "The Emigrants' అనే కవితలో అద్భుతంగా చెప్పారు

నాదేశం ఒక అందమైన కవిత

"అన్ని స్థలాల్లో నా ఇల్లు వుంది,
నేను దానికోసం వెతుకుతున్నాను,
అన్ని దేశాల్లో నా దేశం వుంది,
నేను దాన్ని సాధించేందుకు పోరాడతాను "

అంటే భారతీయత అనేది ఒక దేశానికి, సమాజానికి మాత్రమే పరిమితమైన శబ్దంకాదు మంచిది, ఆచరించదగ్గది అన్న ప్రతిదీ భారతీయమే అని అర్థం కానీ ఇతరదేశాలు మంచిని చెప్పలేదా ఆచరించదగ్గది వాళ్ళదగ్గర లేవా? అని తప్పుగా అర్థం చేసుకోవడం చేయకూడదు అటువంటి ఉన్నత విషయాలకు భారతీయత ఎప్పుడూ పెద్దపీట వేస్తుందని మాత్రమే చెప్పదలచుకొన్నది

మొదటి ప్రపంచ యుద్ధం తరువాత ప్రపంచదేశాల్లో చాల మార్పులోచ్చాయి. ఆర్థికపరంగా పగ్గాలు చేతబట్టిన వారు తమప్రజలక

సామ్యవాదం ఓటమిపాలైంది తృతీయ ప్రపంచ దేశాలకు ఈనాడు సామ్యవాదం ఎంతమాత్రం మేలు చేయలేదు సామ్యవాదానికి అవసరమైన మొట్ట మొదటి అంశం ఆర్థికపరమైన సమృద్ధి అదెక్కడ? అంతేకాదు తన పుస్తకం లో కార్ల్‌మార్క్స్ అన్నాడు సామ్యవాదానికి కావాల్సింది అత్యంత హెచ్చు స్థాయిలో జరిగే ఉత్పత్తి, అంటే అధికోత్పత్తి జరిగే చోట సామ్యవాదం జన్మిస్తుంది అని అర్థం కానీ ఇదినిజమా? అత్యధికమైన ఉత్పత్తి చేస్తూ, ఆర్థికపరమైన పుష్కలతను సాధించిన అమెరికాలో సామ్యవాదుల సంఖ్య 10,000 కంటే ఎక్కువ లేదు మరిన్ని రుజువులు అవసరమా?

కమ్యూనిజం విఫలమయ్యింది ఇంతకంటే వివరాలు అక్కర్లేదు

ఈ పరిస్థితుల్లో ఒక కొత్త తీరం వైపు మనం ప్రయాణం ప్రారంభించాలి. అది హిందూ ఆలోచనావిధానం మాత్రమే "మాకో ఓ అవకాశం ఇవ్వండి" అనడంకాదు ఈ ఆలోచనా విధానాన్ని మించిన విశ్వజనీన సిద్ధాంతం మరొకటి లేదు కాబట్టి

ఒక దేశం సుంసపన్నం కావడానికి అవసరమైన మానవ, భౌతిక, మరియు సైద్ధాంతిక వనరులు భారతదేశానికి పుష్కలంగా వున్నాయి మనం మన దేశాన్ని మన విలువలు, సంప్రదాయాలు, సంస్కృతి ఆలోచనా

కూడా ఇంతకుముందెన్నడు లేనంత తీవ్రమైన సందిగ్ధావస్థలో పడిపోయాయి పరిస్థితి ఎంత విషమించిందంటే మానవ చరిత్రలో మొట్టమొదటసారిగా మానవ జాతి అంతరించిపోయే చెడ్డముహూర్తం దగ్గర పడుతోంది ఈ భూగ్రహం పైన జీవం మొత్తంగానే అదృశ్యమైపోయే ఘడియలు ముంచుకొస్తున్నాయి ఈ దుర్దశను ముందుగానే వూహించిన యోగి అరవిందులు ఇలా అన్నారు

"మానవాళి ఎదుర్కొంటున్న నేటి సమస్యలకు, భారతదేశం, పరిష్కారం దిశగా మలుపుతిప్పగలదు తన చిరంతనమైన జ్ఞానంతో, ఈ దేశం ప్రపంచాన్ని ఒక నూతన వెలుగు దిశగా నడిపించగలదు "

స్వదేశీ సిద్ధాంతం మీద సందేహాలతో, అపోహలతో, మిడిమిడి జ్ఞానంతో ఆలోచించే వాళ్ళు లేకపోలేదు జీవనాన్ని ఆధునీకరించుకోవాలా? వద్దా? అన్నది సరియైన ప్రశ్న కాదు. ఆధునీకరణ అనేది ఒక మార్గం మాత్రమే అది గమ్యం కాదు కానేకాదు గమ్యం వేరు మన ధార్మిక సూత్రాల ప్రకారం సంపూర్ణమైన అమృతప్రాయమైన సుఖసంతోషాలే మన గమ్యం ఈ గమ్యాన్ని చేరుకోవడానికి ఎంత మేరకు ఆధునీకరణ (Modernisation) సహాయపడుతుందో అంతమేరకు దాన్ని మనం స్వాగతించాలి కాని కేవలం ఆధునీకరణ ద్వారా మాత్రమే ఆ గమ్యాన్ని చేరుకోవాలి అని ఎవరైనా

విశ్వవ్యాపితమైన ఆలోచనా విధానం ఈ ధరాతలపు భవిష్యత్తును నిర్దేశించే ఈ మహోజ్వల తరుణంలో ధర్మాన్ని గెలిపించమని మనం కవి జోసెయ్యా గిల్‌బర్ట్ హాలండ్ మాటల్లో భగవంతుడిని ఇలా ప్రార్థిద్దాం

కాలం కోరుతున్న మనుషులు

ప్రభూ!

కాలం, కావాలని కోరుతోంది

దృఢ చిత్తాన్ని, ఉన్నత హృదయాన్ని

సత్యమైన విశ్వాసాన్ని, సేవించే చేతులను

అధికారపు వాంఛ ఎవరినైతే కదిలించలేదో

ఎవరైతే నిర్దిష్టమైన భావాలతో నిటారుగా నిలబడుతారో

ఎవరైతే మర్యాదా మూర్తులో

ఎవరు అసత్యమాడరో

అలాంటి మనుషుల్ని

ప్రభూ, కాలం వీళ్ళు కావాలని కోరుతుంది

అందివ్వవూ?

మంది షర్ట్స్,
మరియు ట్రౌజర్స్ కొరకు

తయారీదారులు పంపిణీ దారులు:
కమాండర్ అపరెల్స్,
4-5-212, విజయశ్రీ భవన్, గాంధీజ్ఞాన మందిర్ ప్రక్కన
కోరి, హైదరాబాద్ - 500195
ఫోన్ 593914

కొన్ని అడుగుల దూరం మాత్రమే...

జాతీయ స్వయం సమృద్ధికి అవసరమైన ఆర్థిక పునర్నిర్మాణాన్ని మనం మనదేశపు విలువలు, విధానాలాధారంగానే చూసుకోగలం. స్వదేశీ ఉద్యమం ఆరంభం కావడమనేది మనం స్వదేశీ పునరుజ్జీవనానికి కేవలం కొన్ని అడుగుల దూరం మాత్రమే వున్నామనడానికి ఒక సంకేతం. యోగి అరవిందులు అన్నట్లుగా "భారత పునరుజ్జీవనయాత్ర, ఐరోపా పునరుజ్జీవనం లాగా కాకుండా పూర్తిగా భిన్నంగా వుంటుంది. ఎందుకంటే మనదేశంలో జరిగే ఈ చారిత్రాత్మక మార్పు మనకే కాక సమస్త ప్రపంచానికి శుభం చేకూర్చేదిలా వుంటుంది మన సంస్కృతి విలువలు కారణంగా 'మానవత్వం' అనే ఆలోచనే ఒక విప్లవాత్మకమైన మార్పును సంతరించుకుంటోంది.

రచన : దత్తోపంత్ రేంగ్డే

స్వదేశీ జాగరణ మంచ్

ఆంధ్రప్రదేశ్

పోయారు. వారు సంకుచితవాదులు. 'దేవుడు ఒక్కడే - మహమ్మద్ అతడి ప్రవక్త'- అన్నదే వారి వేదవాక్యం దానిని అధిగమించిన ప్రతిదీ దోషమే. దానిని నాశనం చెయ్యాలి ముందు అంటారు.

ఎవరైతే దానిని పూర్తిగా విశ్వసించరో వారిని స్త్రీ అయినా పురుషుడైనా వారిని తప్పక చంపవలసిందే. తన ఆరాధనకు సంబంధించని ప్రతిదానిని వెంటనే ధ్వంసం చేయవలసిందే కురాను చెప్పింది మినహా మరే ఇతర విషయాన్నయినా బోధించే గ్రంథాన్ని తగులబెట్టవలసిందే. ఐదువందల సంవత్సరాల పాటు పసిఫిక్ మహాసముద్రము నుండి అట్లాంటిక్ మహాసముద్రము వరకు ప్రపంచమంతటా రక్తం పారింది. మహమ్మదీయ మతం అంటే అది. (IV 126)

* * *

వందల సంవత్సరాల తరబడి ఇక్కడి సర్వాన్ని నాశనం చేస్తే దండయాత్ర అలలు ఈ భూమిని ముంచెత్తాయి. కత్తులు మెరిసాయి. 'అల్లాకు విజయం' నినాదం భారతదేశం నలుదిక్కులా ప్రతిధ్వనించింది. ఆ ముంపు సద్దుమణిగింది. కానీ ఈ జాతీయ జీవనలక్ష్యాలు

మహమ్మదీయుల నియంతృత్వ పాలన సమయంలో మన ప్రగతి ఆగిపోవలసి వచ్చింది. ఎందుకంటే అప్పటి సమస్య ప్రగతి కాదు, మన జీవన్మరణ సమస్య. (IV - 378)

* * *

మహమ్మద్ ప్రవక్త మతాచార్యవర్గానికి పూర్తిగా వ్యతిరేకి. అనేక నియమాలను, నిషేధాలను దానిపై విధించి దానిని సమూలంగా నాశనం చేయడానికి తన శక్తివంచన లేకుండా ప్రయత్నించాడు. మహమ్మదీయ పరిపాలనలో రాజే అత్యున్నతమైన మతాచార్యుడు. మత విషయాలలో అతడే ప్రధాన మార్గ నిర్దేశకుడు. అతడు చక్రవర్తి అయ్యాడా - తాను ముస్లిం ప్రపంచానికంతటికీ అన్ని విషయాలలోనూ నిర్దేశించేటువంటి నాయక శిఖామణిని అయ్యానని భావిస్తాడు. ముసల్మానులు క్రైస్తవులను, యూదులను అసహ్యించుకుంటారు. వారు మహమ్మదీయుల దృష్టిలో నిమ్న మతానికి చెందిన నీచులు. కానీ హిందువుల విషయంలో మాత్రం అట్లాకాదు. మహమ్మదీయుని దృష్టిలో హిందువు విగ్రహారాధకుడు, ద్వేషించదగిన కాఫిర్. చంపదగినవాడు మరణం తరువాత అతనికి శాశ్వతమైన నరకకూపమే ప్రాప్తి

* * *

హిందూ మతం ఎవ్వరినీ హింసించలేదు తెలుసా! అన్నిరకాల మతాలు, శాంతి, సఖ్యతలతో కలిసి జీవించిన భూమి ఇది మహమ్మదీయులే హత్యలు, మానవ సంహారాన్ని వారి వెంట తెచ్చారు. వారు ఈ భూమిపై కాలుమోపేవరకు ఇక్కడ శాంతి రాజ్యం ఏలింది. (V-190)

భారతదేశంలో మొట్టమొదట కత్తి చేబూనినివారు మహమ్మదీయులే. (V 197)

* * *

హిందూ మతం నుండి ఇస్లాం, క్రైస్తవ మతాలలోనికి మారిన వారిలో అత్యధికులు కత్తి ద్వారా మారినవారే, వారి వారసులే. (V.233)

* * *

మన సంగీత కళ ఏమైనా మిగిలి ఉందీ అంటే అది మన కీర్తనలు, ధ్రుపద్‌లలో మాత్రమే మిగిలి ఉంది మిగిలినదంతా ఇస్లాం పద్ధతిలోని

తనుకాన ఈ సంగీత కళా వృక్షాన్ని అంతకంటె పెరగనియలేదు. (V.368)

ఈ ప్రపంచాన్నంతటినీ మ్రింగివేసిన ఆ మహమ్మదీయ దండయాత్రలు భారతదేశం నుండే తిరుగుముఖం పట్టాయి. (V 528)

* * *

ప్రపంచంలో విగ్రహారాధనను వ్యతిరేకించే మహమ్మదీయ మతం లాంటి మరో మతము ఉద్భవించలేదు. ఇది స్పష్టంగా మనకు ద్యోతకమయ్యే ఒక ఆసక్తికరమైన విషయం. చిత్రలేఖనంగానీ, శిల్పాన్నిగానీ, సంగీతాన్ని గాని అవి విగ్రహవాదానికి దారితీస్తాయి కనుక మహమ్మదీయులు అంగీకరించరు వారి మతాచార్యుడు శ్రోతలకు అభిముఖంగా ఉండడు. అలా చేస్తే అతనికి విశిష్టత ఏర్పడవచ్చు. ఇంత చెప్పినప్పటికీ మహమ్మద్ దివంగతుడు అయిన రెండు శతాబ్దాలు తిరగకముందే మతాచార్యుని ఆరాధన ప్రారంభం అయింది. (VI 60)

* * *

రామానందుడు, కబీర్, దాదు, చైతన్యుడు, నానక్‌లు ప్రారంభించిన

అవన్నీ తాము జీవించడానికి సంజాయిషీలు చెప్పుకొనే రీతిలో వారు పడిన అవస్థలు.(VI. 165.66)

* * *

షియాల ప్రధాన నగరమైన లక్నో మొహర్రం ఉత్సవాల సందట్లో హడావిడిగా ఉంది. ప్రధాన మసీదు 'ఇమాంబ్రా'లో పెద్ద ఆడంబరాలతో, మిరుమిట్లుగొలిపే దీపాల అలంకరణలతో ఉత్సవాలు జరుగుతున్నాయి. దిక్కులు పిక్కటిల్లేలా షియాలు వారి ప్రఖ్యాత పురుషుడైన హుస్సేన్, హుస్సేన్‌లను తలచుకొంటు గుండెలు బాదుకొంటు విలపిస్తున్నారు. ఆ విషాద సమయంలో వారి ఖేదాలు ఎవరి హృదయాలను ద్రవింపచేయవు?

ఆ ప్రేక్షక సమూహంలో చాలా సుదూర గ్రామం నుండి వచ్చిన ఇద్దరు రాజపుత్ర పెద్దలు ఉన్నారు. ఆ ఇద్దరు ఠాకూర్‌లు ఆ మసీదు ద్వారాన్ని దాటి లోనికి ప్రవేశించబోతుండగా అక్కడి రక్షకుడు వారిని ఆపాడు. ఎందుకు ఆపావని వారు అడగ్గా 'చూడండి! ఈద్వారం వద్దనున్న ఈ పెద్ద విగ్రహాన్ని ఐదుసార్లు తన్నాలి. ఆ తరువాత

తన్నులు బదులు పది తన్నులు తగులుతాయని ఆ రక్షకుడు భావించాడు. 'కర్మ' ప్రభావం చాలా నిగూఢమైనది. వారు ఆ తంతునంతా అపార్థం చేసుకొన్నారు ఆ ఠాకూర్లు అత్యంత గౌరవంతో వారి తలపాగాలను తమ మెడలకు చుట్టుకొన్నారు. ఆ 'యజీద్' ఆ విగ్రహం పాదాలకు సాష్టాంగపడ్డారు, దొర్లారు. "ఇంక లోపలికి వెళ్ళవలసిన అవసరం ఏముంది? ఓ సాహసేకుడైన 'యజీద్' నీ ఒక్కడివే నిజమైన దైవం దెబ్బకు ఇంతవరకు ఏడుస్తుండే విధంగా ఆ దుర్మార్గులను నీవు దండించావు" అంటూ పొగడ్తలతో ప్రార్థించారు. (VI 139 94)

* * *

మహమ్మద్ మతంలో కూడా షియాలు, సున్నీలు కొట్టుకోవడం నేను ఢాకాలో చూచాను. (VI 469)

'ఏక్ షాషిన్' అనే పదమే ఇంగ్లీషులో అసాసిన్ (assassion) అయింది కారణం మహమ్మదీయులకు చెందిన పూర్వపు తెగ మతాన్ని నమ్మనివారిని- సంహరించివేసారట. దీనికి సంబంధించిన

* * *

క్రైస్తవ మతం సెమిటిక్ పరిధి నుంచి ప్రక్కకు తొలగుతున్నదని మహమ్మద్ భావించాడు. క్రైస్తవ మతం సెమిటిక్ మతంగా ఉండాలని ఆయన బోధించారు. ఆ మతం దేవుడు ఒక్కడే అన్న సిద్ధాంతానికి కట్టుబడి ఉండాలని అన్నాడు. 'నేమా, నా తండ్రీ ఒక్కటే' అన్న ఆర్యుల భావన ఆయనను కలవరపెట్టింది. భయపెట్టింది. (VII 100)

మహమ్మద్‌కు పూర్వం కాబాలోని ఆలయం చుట్టూ నగ్నంగా ప్రదక్షిణం చేయడం అచారంగా ఉండేది. ఆయన కాలం తర్వాత వారు గుడ్డ చుట్టుకుని ప్రదక్షిణం చేస్తున్నారు. మన ముస్లింలు తమ పంట్లాముల బొందులు వదులు చేసుకోవడం, తమ బట్టలు కాళ్ళవరకు వ్రేలాడేటట్లు చేయడం ఈ కారణం వల్లనే. (VII.38)

* * *

హింసామార్గాన్ని అవలంబించడంలో ముస్లింలను మించినవారు లేరు (VIII 217)